MAZE

FOR KIDS

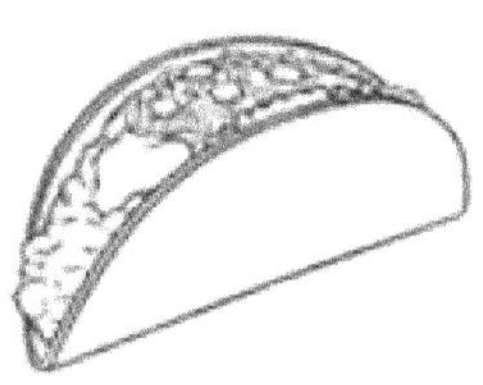
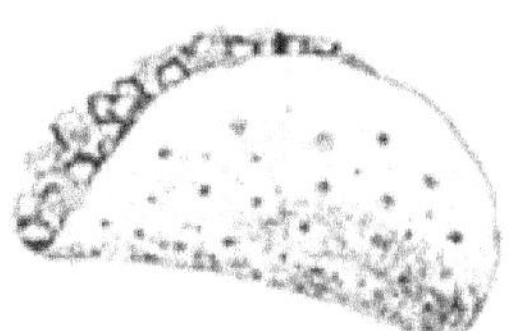

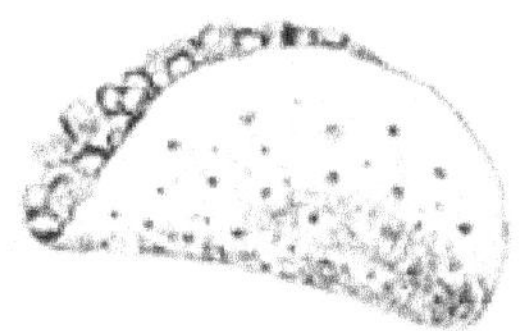

MAZE BOOK

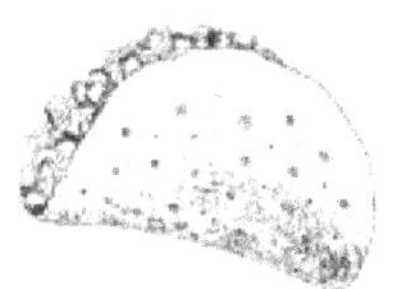

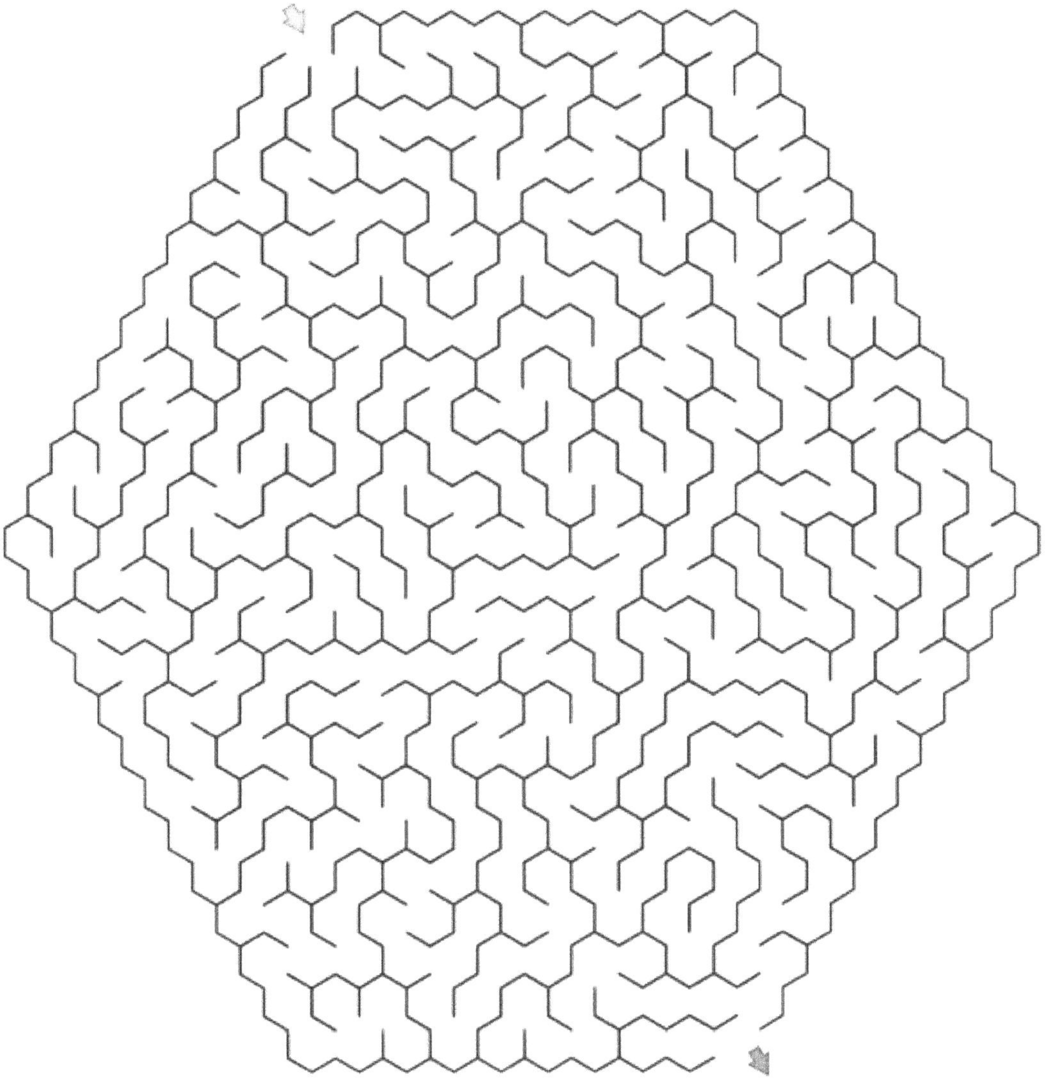

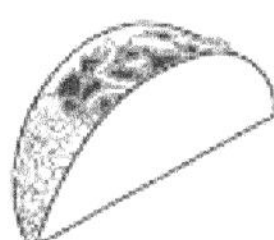

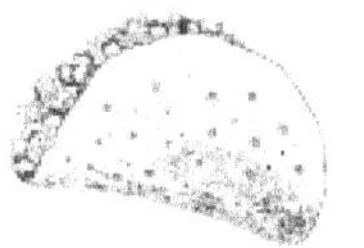

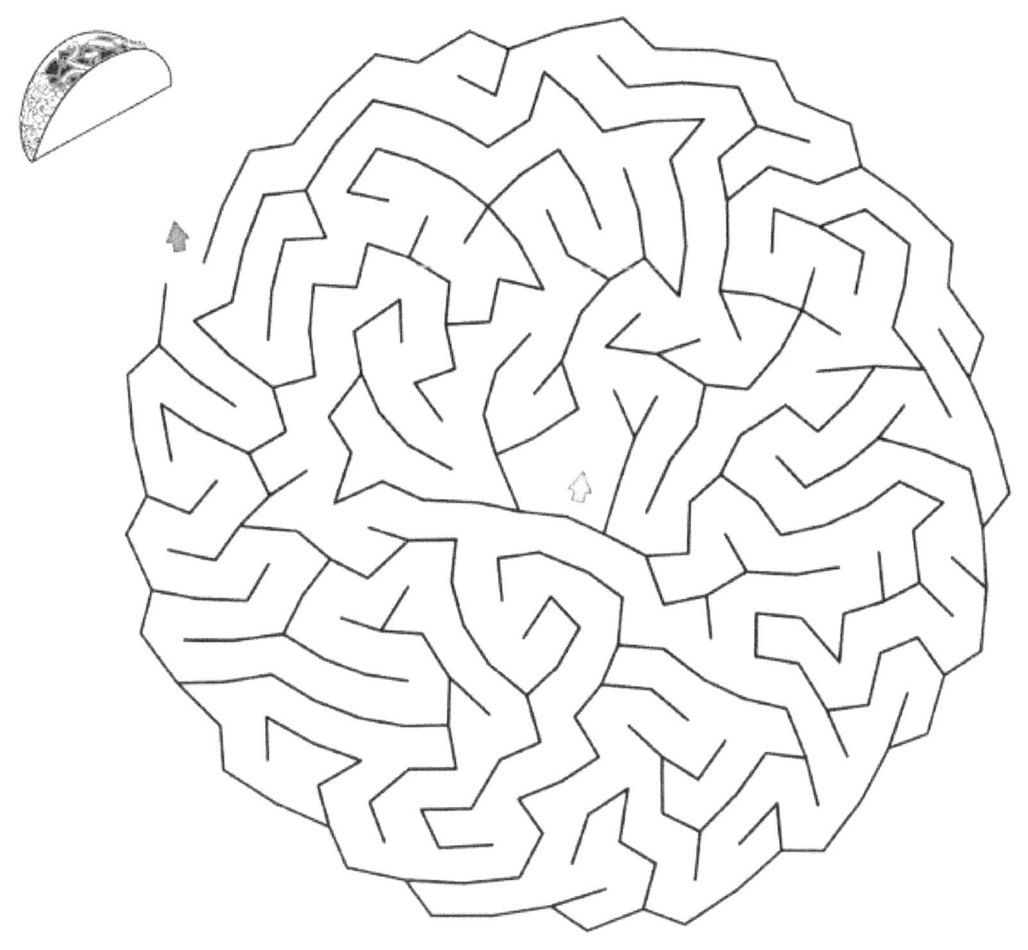

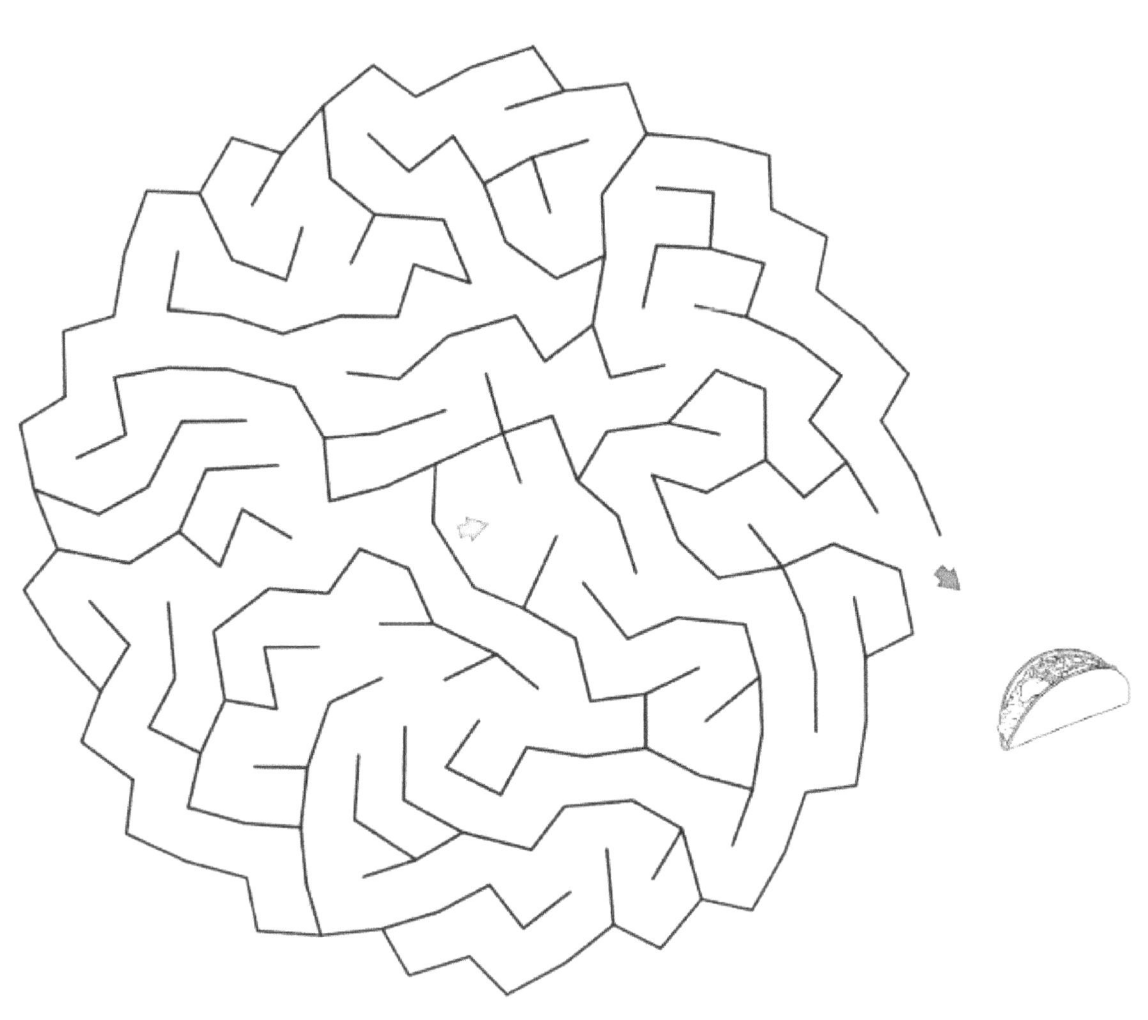

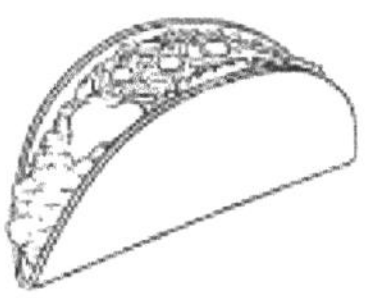

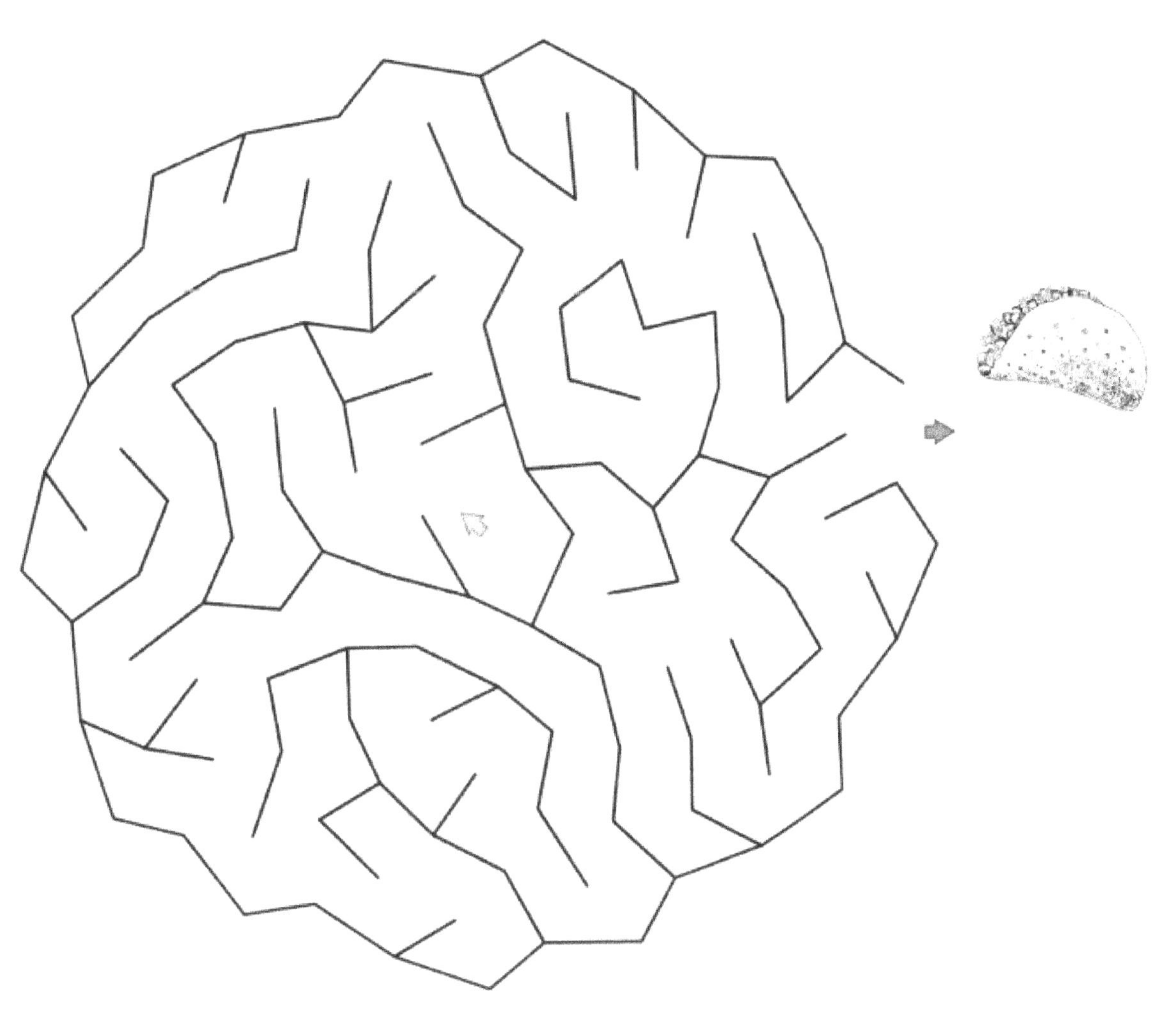

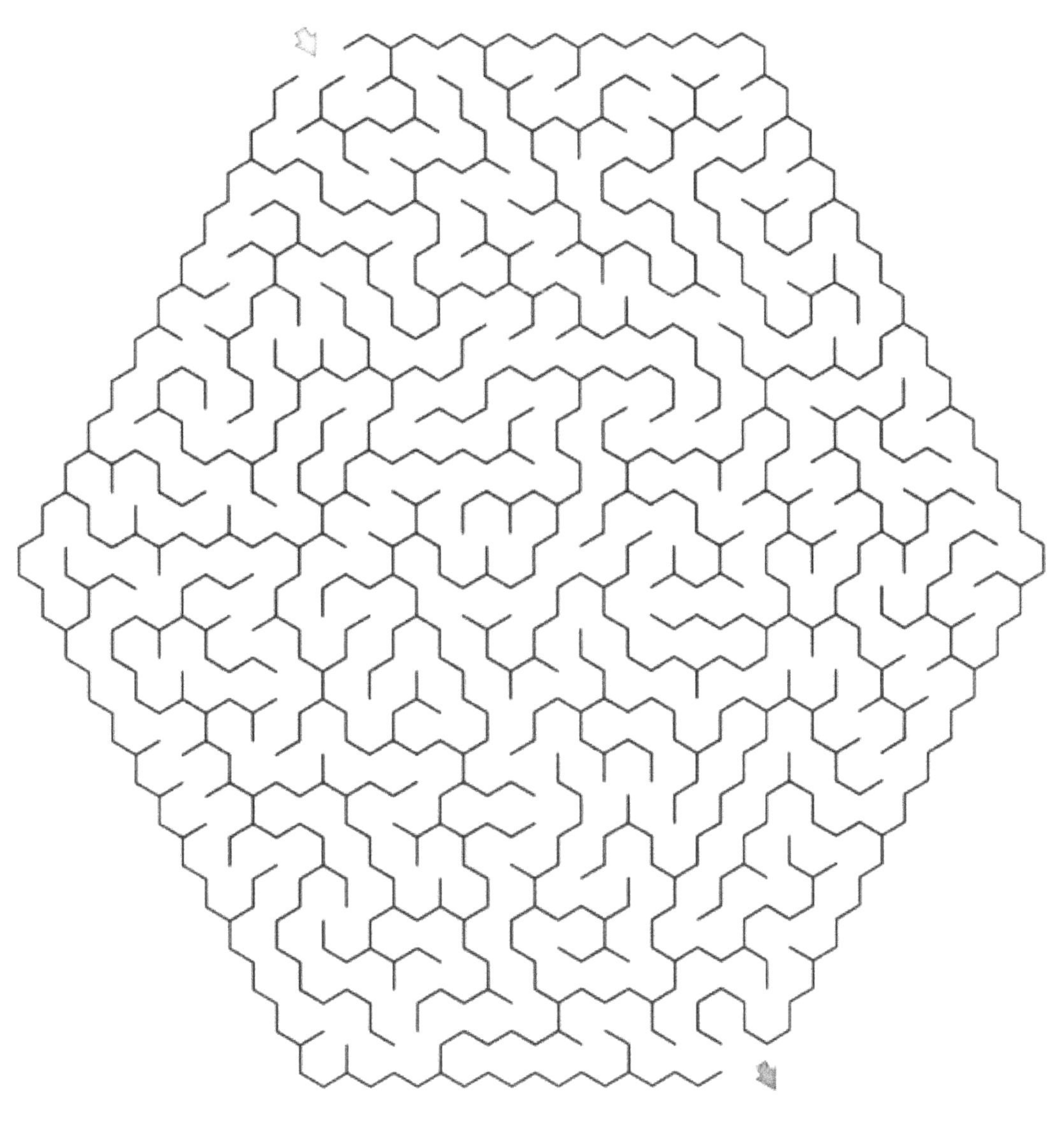

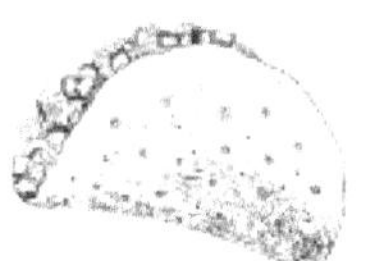

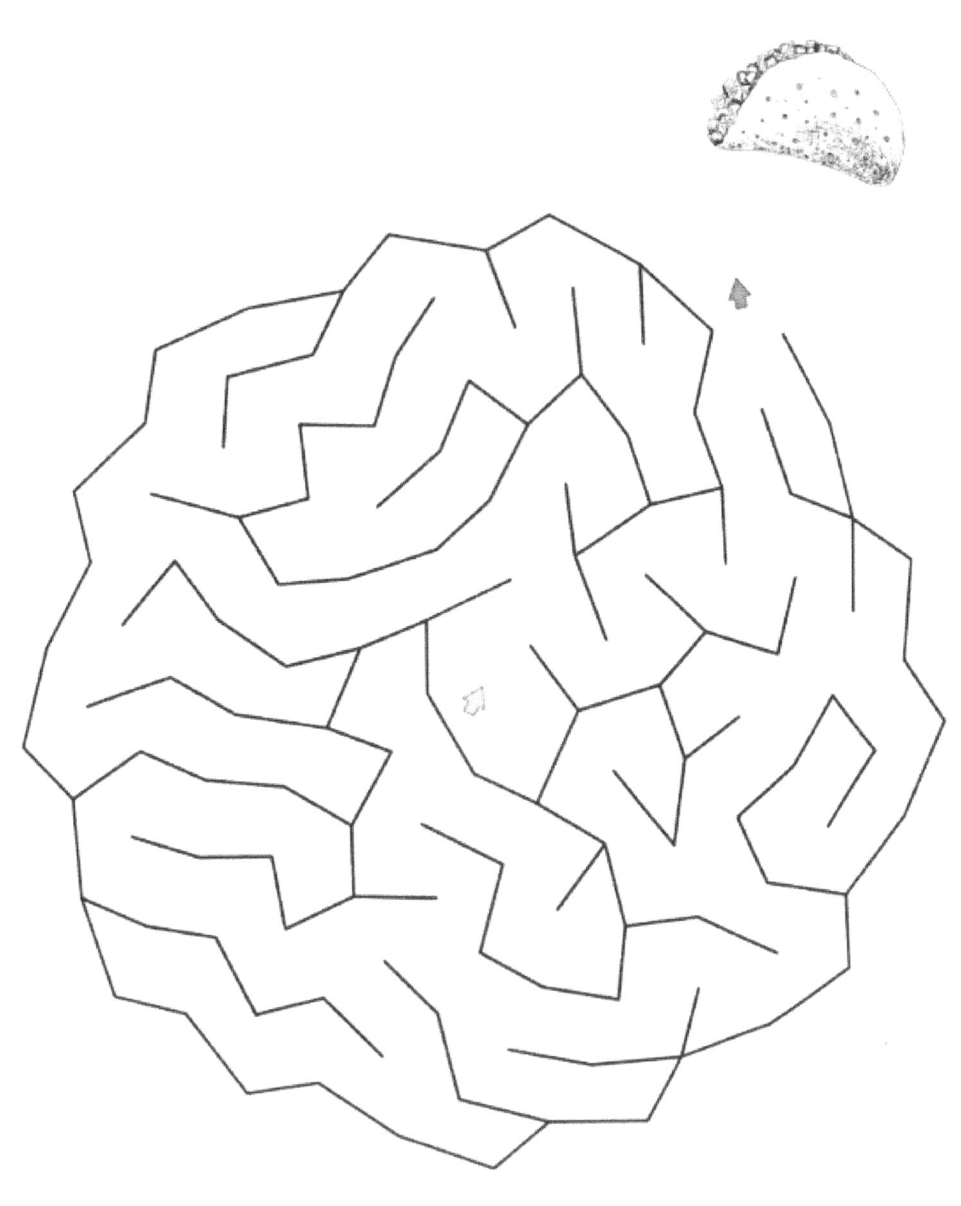

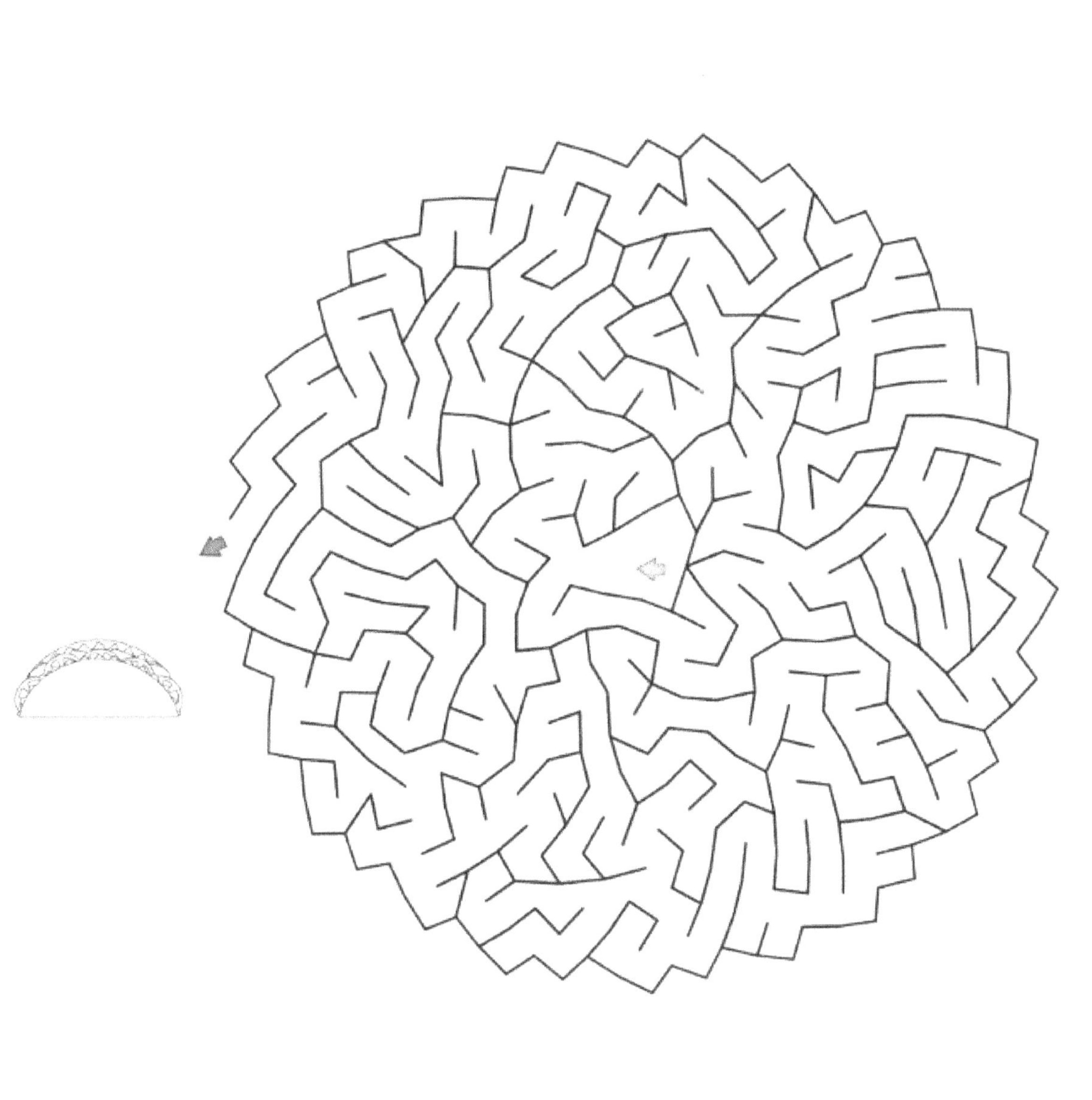

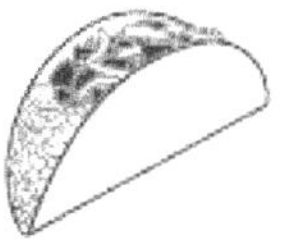

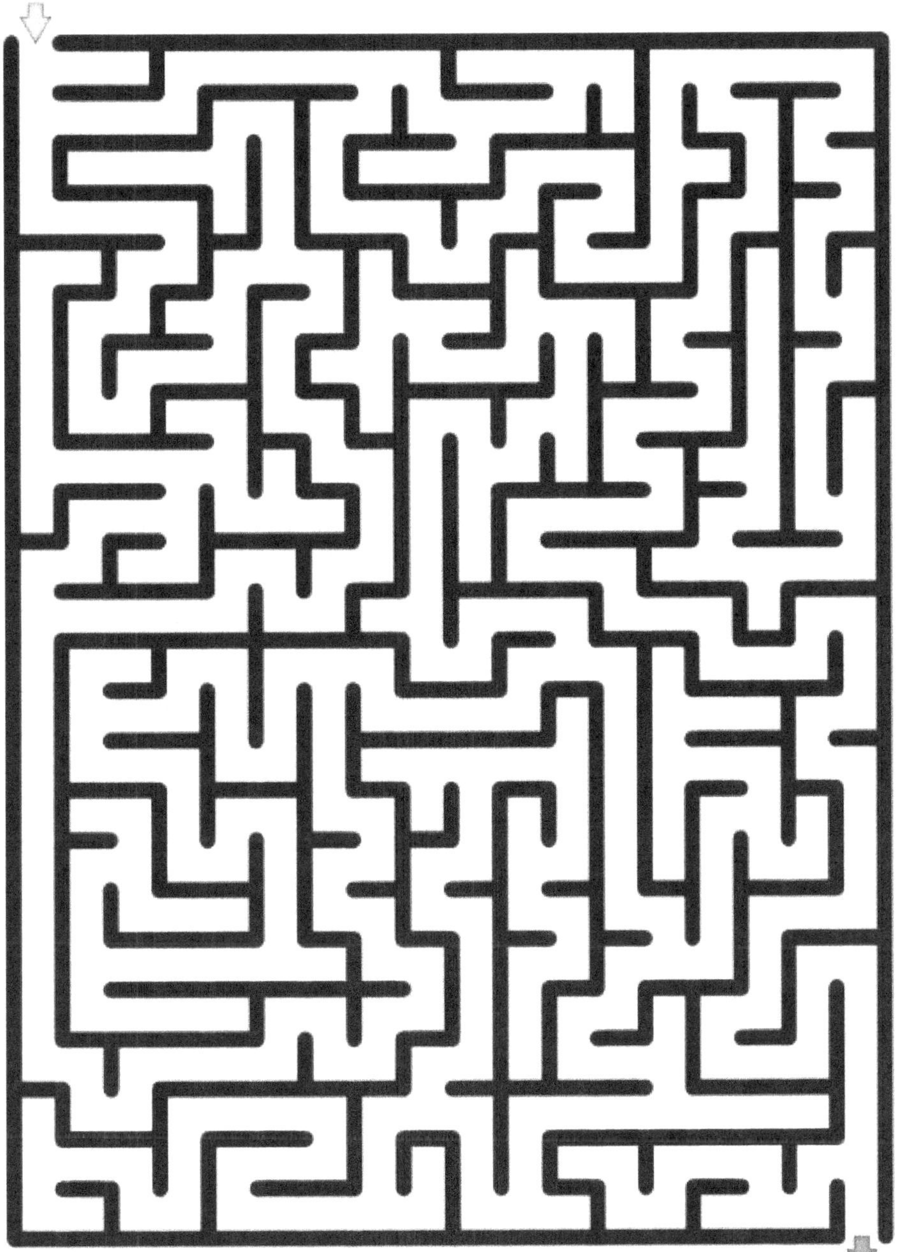

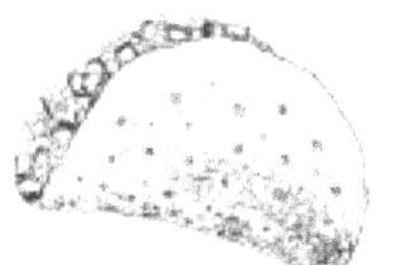

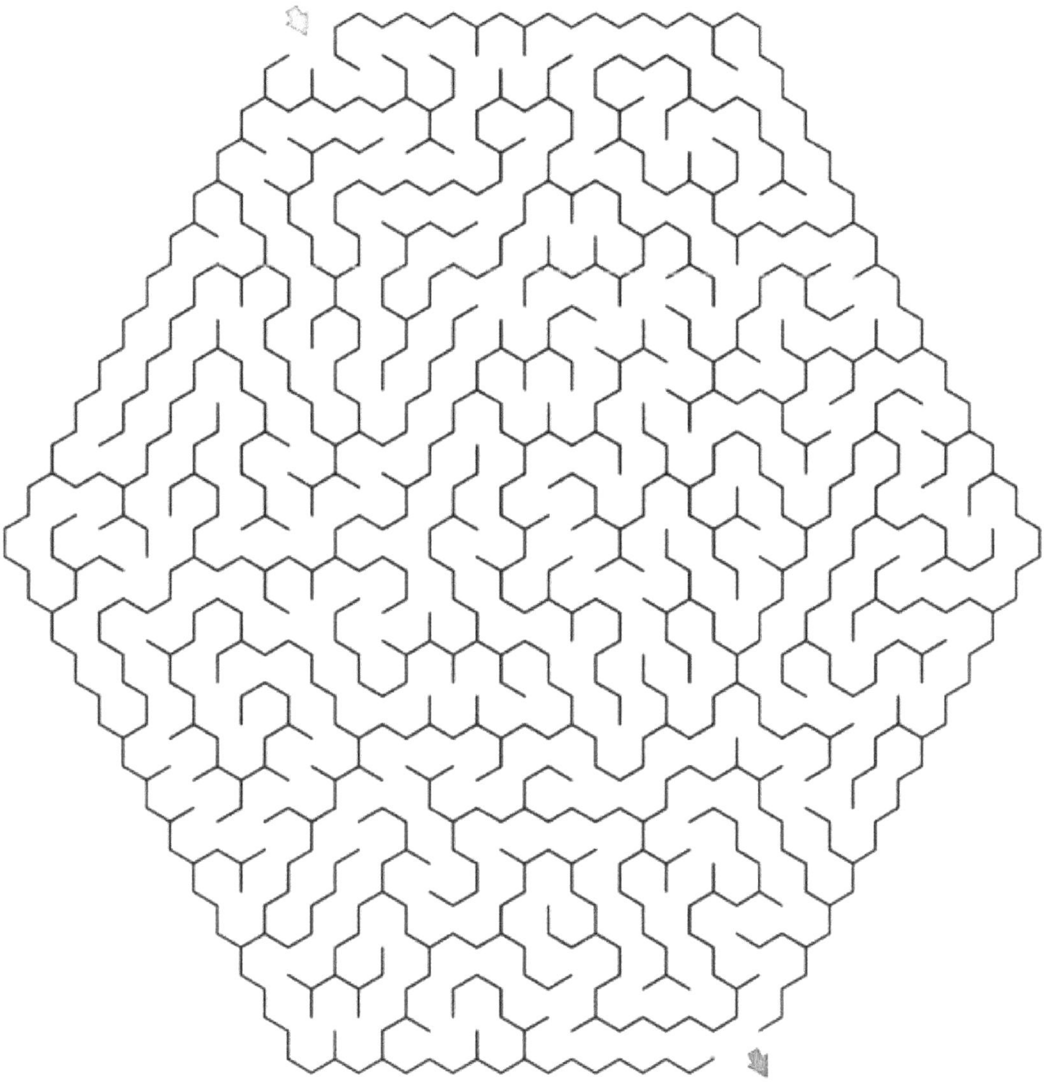